உமர்கய்யாம் பாடல்கள்
(ரூபயாத்)

தமிழாக்கம்:

சாமி. சிதம்பரனார்

Title: Omar Khayyam Paadalgal

Author: Sami Chidambaranar

Language: Tamil

First Published on: 1946

Year of Publication: 2025

Book Format: Paperback

*Page Size: 6inch * 9inch*

Category: Poetry

Subject: Poems

No. of pages: 66

ISBN: 978-81-686511-1-1

Published by: Nilan Publishers, Madurai, Tamilnadu, India

பொருளடக்கம்

குறிப்புகளுக்காக

கவலையற்று வாழ்

முன்னுரை

இன்பம்! இன்பம்! இன்பம்! ஆம்! இதுவே மக்கள் விரும்புவது. இதை விரும்பியே உலக மக்கள் உழைக்கின்றனர்; வாழ்கின்றனர். இன்பத்தில் அன்பற்ற எரும் இவ்வுலகில் வாழ விரும்பார். மனித வாழ்வில் இன்பம் உண்டு. இன்பத்தைத் தேடிக் கொள்ளக்கூடிய சக்தி மக்களுக்கு உண்டு. இயற்கையை மாற்றி அமைத்துக்கொள்ளும் வலிமை மனிதனுக்கே சொந்தம். வேறு எவ்வுயிர்க்கும் இவ்வாற்றல் இல்லை. மற்ற உயிர்களைக் காட்டிலும் சிறப்பறிவு படைத்தவன் மனிதன் அன்றோ?

எல்லா ஊர்களும் நம்முடைய ஊர்கள்; உலக மக்கள் எல்லோரும் நம்முடைய உறவினர். நமக்குத் தீமை வருவதும் பிறரால் அன்று; நன்மையுண்டாவதுஅம் பிறரால் அன்று; நாமே தீமைக்கும் நன்மைக்கும் காரணம். நாம் துன்ப மடைவதும் இன்பமடைவதும் அதைப்போல் தான்; இது ஒரு பழந் தமிழ்ப் புலவர் கருத்து. இக்கருத்துடைய பாட்டு:

> **யாதும் ஊரே யாவரும் கேளிர்**
> **தீதும் நன்றும் பிறர்தர வாரா**
> **நோதலும் தணிதலும்**
> **அவற்றோர் அன்ன.** (புறநானூறு)

இப்பாடல் மனித சக்தியைக் கண்ணாடிபோல் காட்டுகின்ற தன்றோ. இத்தகைய ஆற்றல் படைத்த மக்கள் ஏன் தங்கள் வாழ்க்கையைப் பாழாக்கிக் கொள்ளவேண்டும்? இன்புற்று வாழ்வதற்கு வழிதேட வேண்டாமா?

மனித வாழ்க்கையே துன்பமுடையது; பிறப்பின்றி இருத்தலே இன்பமுடையது; என்பர் சிலர்.

பிறந்தோர் உறுவது பெருகிய துன்பம்
பிறவார் உறுவது பெரும்பேர் இன்பம்

என்பது போன்றவைகள் அத்தகையோர் கூற்றைக் காட்டுவன. இதை நாம் ஒப்புக் கொள்வதற்கில்லை. துன்பம் இன்றேல் இன்பம் ஏது? கசப்பின் சுவைதெரிந்தால் அன்றோ இனிப்பின் இயல்பு தெரியும்.

தன்னம்பிக்கை யற்றவர்கள் தான் வாழ்க்கையைத் துன்பம் என்பர். உழைப்பில் - முயற்சியில் நம்பிக்கையற்றவர்களே வாழ்க்கையை வெறுப்பர். எல்லாம் வல்ல தன்மை மனிதனிடம் உண்டு என்பதை உணர்ந்தோர் வாழ்க்கையை வெறுக்க மாட்டார்.

பல மக்கள் எல்லா இன்பங்களும் பெற்று உயர்ந்த வாழ்க்கை வாழ்வதைப் பார்க்கின்றோம். கோடிக் கணக்கான மக்கள் பட்டினி கிடந்து சாவதையும் பார்க்கின்றோம். இந்த நிலை மாற வேண்டும். உலகில் பிறந்த எல்லா மக்களும் துன்பம் இன்றி வாழவேண்டும். இதில் கருத்து வேற்றுமையே இல்லை. பண்டும் இல்லை; இன்றும் இல்லை.

ஒருவன் துன்புறுவதும், பட்டினி கிடந்து மடிவதும் தலை விதி; முன் பிறப்பில் செய்த தீவினை. ஒருவன் அளவுக்குமேல் போக போக்கியங்கள் அநுபவிப்பதும் தலைவிதி; முன்செய்த நல்வினை. என்று தன்னம்பிக்கையற்ற மக்கள் கூறி விடுகின்றனர். இக்கூற்று பொருந்துமா?

திருவள்ளுவரைப் பற்றி உங்களுக்குத் தெரியும். கடவுள், மறுபிறப்பு, கர்மம், சுவர்க்கம், நரகம் எல்லாவற்றிலும் நம்பிக்கையுடையவர். அவர் கூறுகிறார். பிச்சை எடுத்து உயிர் வாழும்படி உலகில் எந்த மனிதனும் படைக்கப்படவில்லை. ஒருகால் பிச்சை புகுந்து தான் உயிர்வாழ வேண்டும் என்று ஒருவன் படைக்கப் பட்டிருப்பானாயின், இந்த இழிவான

உலகைப் படைத்தவன் அடியோடு அழிக என்று வசை மொழியை வீசுகிறார் படைப்புத் தலைவன் மீது.

இரந்தும் உயிர்வாழ்தல்
வேண்டின் பரந்து
கெடுக உலகியற்றி யான்

இதுவே மேற்கூறிய கருத்தை விளக்கும் குறள்.

இன்னாமை வேண்டின் இரவு எழுக

துன்பம் வேண்டுமானால் பிச்சையெடுக்கத் தொடங்குக என்றார் ஒருவர். பிச்சை யெடுப்பதைக் காட்டிலும் துன்ப வாழ்வு வேறில்லை என்பதே இவர் கருத்து. இதுதான் திருவள்ளுவர் கருத்தும்.

இதே கருத்தை பாரதியார், வேறு மொழியில் ஆவேசத்துடன் கூறி விட்டார்.

தனியொருவனுக்கு
உணவில்லை யெனில் ஜகத்தினை
அழித்திடுவோம்

என்றார். இதுவன்றோ மனித சக்தி. எ ல்லா மக்களையும் வாழ்க்கையில் இன்பம் நுகரும்படி செய்யும் சக்தி மனிதனுக்கு உண்டு. உலகத்தை அழிக்கும் சக்தியும் மனிதனுக்கு உண்டு என்று அன்று நம்பினார் பாரதியார். இன்று, அணுக்குண்டு இதை மெய்ப்பித்து விட்டது. அழிக்கும் கருவியைக் கொண்டு ஆக்க வேலைகள் பல செய்தல் கண்கூடு ஆதலின், மனிதப் பிறப்பே துன்பம் உடையது என்ற சோர்வு மனப்பான்மையை அடியோடு தொலைப்போம்.

யான் பெற்ற இன்பம் பெறுக இவ்வையகம் என்றார். ஒருவர் எல்லோரும் இன்புற்றிருக்க நினைப்பதுவே, அல்லாமல் வேறொன்று அறியேன் என்றார் மற்றொருவர். இக்கருத்து

இன்று நேற்று எழுந்தது அன்று. மனித சமூகம் அறிவு பெற்ற நாள் முதல், எந்நாட்டிலும், எச்சமயத்தாரும், இக் கருத்தை வெளியிட்டு வந்திருக்கின்றனர்.

முன்னோர், மக்கள் மகிழ்ச்சியுடன் வாழ்வதற்கு அவ்வப்போது காட்டிய வழிகள் வெவ்வேறானவை. அவைகள் நிலையாக மனித சமூகத்தில் மகிழ்ச்சியை வளர்த்து விடவில்லை. மனிதவாழ்கையை என்றும் இன்பமுடைய தாக்க இக்காலத்தினர் கண்ட முடிவு வேறு. முன்னோர், தருமம், பக்தி, கடவுள், நம்பிக்கை. பற்றின்மை, அன்பு, இரக்கம் ஆகிய சொற்களின் மூலம், ஏழை, பணக்காரன், உழைப்பாளி, சோம்பேறி எல்லோரும் அவரவர்கள் நிலையில் இருந்து கொண்டே இன்புற்றிருக்க வழி கூறினர். இக்காலத்தினர் அரசியல், பொருளாதாரம், ஆகியவைகளின் மூலமே மனித சமூகத்தை இன்புறச் செய்யலாம் எனக் கூறுகின்றனர். முன்னோர் கூற்று அனுபவத்தில் பயன் அளிக்கவில்லை; பின்னோர் கூற்று கண்கண்ட உண்மை. இதற்கே இன்று உலகம் உழைக்கின்றது. ஆதலின் அறிவுடையோர், ஆற்றலுடையோர், சமரச மனப்பான்மையுடையோர், முயன்றால் உலகத்தையே இன்ப மயமாக்கிவிட முடியும்.

துன்பத்தை மறக்க இன்பம் வேண்டும். இன்பத்தை ஆக்குவது மகிழ்ச்சி, உள்ளத்தில் தோன்றும் கவலையை மறந்தால் மகிழ்ச்சி தோன்றும். மகிழ்ச்சியின்முன், அதாவது சிரிப்பின் முன் எத்தகைய துன்பமும் தலை காட்டாது. துன்பத்திற்கு மருந்து மகிழ்ச்சியைத் தவிர வேறில்லை.

இடுக்கண் வருங்கால் நகுக,
அதனை அடுத்து ஊர்வது
அஃது ஒப்பது இல்

என்றார் வள்ளுவர்.

துன்பம் வந்தால் அதனைப் பொருட்படுத்தாதே. இந்த இழவுக்கு என்ன செய்வோம் என்று தலையில் கையை வைத்துக் கொண்டு கவலைப்படாதே. ஏ துன்பமே! என்னிடமா வந்தாய்; பார் உன்னை மாண்டு மடியச் செய்கிறேன்! என்று கடகடவென்று சிரித்து விடு. அதன் பின் வருவது இன்பம். அந்த இன்பத்திற்கு நிகர் எதையும் கூற முடியாது. இது மேலே காட்டிய வள்ளுவர் வாய்மொழியின் கருத்து. ஆகவே கவலையை மறப்பதற்கு முதல் வழிமகிழ்ச்சி, நகைப்பு, சிரிப்பு என்பது எவரும் மறுக்க முடியாத உண்மை.

மகிழ்ச்சி, பெறவழி யென்ன? கேள்வி எளிது; எல்லோரும் கேட்கக் கூடியது; ஆனால் பதில் கூறுவதுதான் அரிது. வெவ்வேறு போக்கில் உள்ளவர்கள் மகிழ்ச்சிக்கு வெவ்வேறு வழிகளைக் கூறுவர். ஆண்டவனைத் துதிப்பதே ஆராத இன்பம் என்பர் கடவுள் பக்தர். நாடகம், சினிமா, சங்கீதம் மகிழ்ச்சியுடன் பொழுது போக்க ஏற்றவை என்பர் கலாரசிகர். காவியம் கற்போம்; ஓவியம் பார்ப்போம்; விளையாடுவோம்; நண்பர்களுடன் கூடி நகைச்சுவையுடன் பேசி மகிழ்வோம்; காதல் செய்வோம் என்பர் பலர். உண்டு, களித்து, உறங்குவதே சுகமென்பர் சோம்பேறிகள்.

குடித்து வெறிப்பதே சுகமென்பர் குடியர். ஆம், குடியில் மகிழ்ச்சியில்லை யென்று எவரும் கூற முடியாது. மதுவானது வயிற்றில் பாய்ந்தவுடன், மனக்கவலையை மாற்றுகிறது. உணர்ச்சியை ஊட்டுகின்றது. தன்னை மீறிய மகிழ்ச்சி, களிப்பு தலைதூக்கி ஆடுகின்றது. களிப்பு என்னும் சொல்லே கள்ளிலிருந்து பிறந்தது. கள் என்னும் பகுதியே களிப்பு என்னும் சொல்லுக்குப் பிறப்பிடம். கள்ளுண்டு மகிழும் நிலைக்கே களிப்பென்னும் பெயர் சூட்டினர் முன்னோர்கள். கள் இன்றேல் பண்டைக்களிப் பென்னும் சொல் இல்லை.

பண்டை நாளில் மக்கள் வாழ்க்கையைக் களிப்புறச் செய்வதற்குக் கள் அவசியமாக இருந்தது. இக்காலத்தில் அது தேவையில்லை. கள்ளைக் காட்டிலும் களிப்புறச் செய்யும் பொருள்கள், நிகழ்ச்சிகள் செயல்கள் மலிந்து விட்டன.

பாட்டு, நாடகம், படக்காட்சி, சிறுகதை, பேச்சு, பொதுஜன ஊழியம், சுதந்தரப் போராட்டம், விஞ்ஞான ஆராய்ச்சி, இலக்கியம் ஆகியவை, கள் கள்ளைக் காட்டினும் களிப்பூட்டுவன. இவற்றை இப்போது எல்லோரும் எளிதில் காணலாம்; நடத்தலாம்; அனுபவிக்கலாம். இவைகள் பண்டைக்காலத்தில் எல்லோர்க்கும் கிட்டாதவை. ஒரு சிலர்க்கே கிடைத்தன. ஆதலின் எளிதில் கிடைக்கும் கள்ளைக் கொண்டு களிப்புறலாம் என்று நம்பினர்; நடந்தனர்.

பண்டைக்காலத்தில் தோன்றிய கவிதைகள் காவியங்கள், ஓவியங்கள், வீரத்தன்மை, வள்ளல் தன்மை எல்லாம் கள்ளின் மயக்கத்தால் பொங்கி வழிந்தவைகளே. நமது தமிழ் நாட்டுப் பெருநாவலர்களான, கபிலர், அவ்வையார் முதலியவர்கள் இந்தச் சுவையில் ஊறினவர்கள் தான். வள்ளல்களும் களிமயக்குடன் பொருளை வாரி வாரி இறைத்தவர்களே. அக்காலத்தில் உலக முழுதும் இந்த நிலையில் தான் இருந்திருக்க வேண்டும். இதில் ஐயமில்லை.

காலப் பறவை தங்காது; சிறகை விரித்துக் கொண்டு பறந்துபோய்விடும். பறக்கும் சமயம் நெருங்கிவிட்டது. விரைவில் மதுவுண்டு மகிழ்ச்சிகொள்.

மதுவருந்துதல் பாவம் அல்ல. அதுவும் ஆண்டவன் படைத்த பொருள்களில் ஒன்று. தீமையானவற்றை ஆண்டவன் படைக்க மாட்டான்.

கொடி நிழல், ரொட்டித்துண்டு, சுவையுள்ள திராட்சை ரசம், இனிய பாடல், பெண்ணின் சங்கீதம் இவையே எனக்கு இன்பம் என்பன போன்ற கருத்துக்களை உள்ளத்திலிருந்து உதிர்த்திருக்கிறார் உமர் கய்யாம்.

ஏன் இந்தக் கருத்துக்கள் அவர் மனத்தில் தோன்றின? உலகம் நிலையற்றது. மக்கள் வாழ்வு அழியக்கூடியது; இன்று அழியுமோ, நாளை அழியுமோ, இரவில் அழியுமோ, பகலில் அழியுமோ, இப்பொழுது அழியுமோ, இன்னும் சிறிது

நேரத்தில் அழியுமோ, என்று உறுதிகூற முடியாதது. இவ்வெண்ணம் உமர் கய்யாம் மனத்தில் ஊன்றி நின்றது. ஆதலால் வாழ்நாளை வீண்நாளாகக்காதே! இருக்கும் வரையிலும் மகிழ்ந்திரு. களித்திரு, கவலையற்றிரு, இறப்பது ஒன்றே உண்மை! மற்றவைகள் மாயம். இறந்தபின் என்ன ஆவோம் என்பதும் தெரியாது! என்றெல்லாம் மனித சமூகத்திற்குக் கூறினார்.

வாழ்வாவது மாயம்,
மண்ணாவது திண்ணம்

ஆகையால் முயற்சிவேண்டாம்; ஊக்கம் வேண்டாம்; உலக வாழ்வு வேண்டாம்; கண்மூடி மவுனியாயிரு; என்று சொல்வதைக் காட்டிலும், இன்புற்று வாழ முயற்சிசெய் என்று கூறுவது உயர்ந்த உபதேசம் அல்லவா?

உமர் கய்யாம் ஒரு பாரசீகக் கவி. கவிமட்டிலும் அல்ல, சிறந்த வான சாஸ்திரி. வான சாஸ்திரக் கணக்குகளை முடிவு கட்டுதற்கான சிறந்த நூல் ஒன்றை இவர் இயற்றியுள்ளார். பாரசீக மொழியில் கணிக்கப்பட்டுள்ள பஞ்சாங்கத்தில் பெரும் பங்கு இவருடையது.

மதுவைப் பற்றியே புகழ்கிறாரே; நாக்கில் தண்ணீர் சொட்டும்படி எழுதியிருக்கிறாரோ; இவர் ஒரு நாஸ்திகரோ, என்று எண்ணிவிடவேண்டாம். கடவுள் நம்பிக்கை யுடையவர்; முஸ்லிம்; குரான் பயின்றவர்; மதநூல்களில் தேர்ச்சியுடையவர்.

இவர் உண்மையாகவே மதுதேவதைக்கு அடிமையாகி யிருப்பாரா? அதைப் பணிந்து இன்புறும்படி உலகிற்குக் கூறி இருப்பாரா? என்று சந்தேகப்படுவோர் பலர். ஆம்! நாமும் இச் சந்தேகத்தை ஆதரிக்கிறோம். பகுத்தறிவை, துன்பங்களைப் பொருட்படுத்தாத தன்மையை, உள்ளத்தில் சோர்வடையாத முயற்சியை, கவலைப்படாது மகிழ்ச்சியுடன் இருக்கும் தன்மையை மதுவாக - அதாவது திராட்சை ரசமாக உருவகம்

செய்திருக்கலாம் என்பது அறிஞர் கருத்து. இதுவே உண்மையென நாமும் கொள்வோம்.

இவர் கி.பி. 11ம் நூற்றாண்டில் பாரசீகத்தில் வாழ்ந்தவர். இவர் பிறப்பிடம் நைசாப்பூர் என்பது. இவருடன் கல்வி பயின்ற தோழரே அக்காலத்தில் பாரசீக நாட்டு மந்திரியாயிருந்தார். அவர் தயவில் இவர் பெற்றது ஒரு சிறிய திராட்சைத் தோட்டம். அதிலேயே வாழ்ந்து வந்தார். ஆடம்பரமற்ற வாழ்க்கை தத்துவநூல், வானநூல் ஆராய்ச்சி, இவைகளே அவருடைய பொழுது போக்கு. இவர் மறைந்த காலம் 1133 என்பர்.

அவர் பாடிய பாடல்களுக்கு `ரூபயாத்' என்று பெயர். எத்தனை பாடல்கள் அவரால் இயற்றப்பட்டன என்பது எவருக்கும் முடிவாகத் தெரியாது.

உமர் கய்யாம் காலத்தில் அவர் பாடலுக்கு மதிப்பில்லை. அவருக்கும் பொது ஜனங்களிடம் செல்வாக்கில்லை. மதப் பற்றுடையவர்களும், பொதுமக்களும், உமர் கய்யாமைத் தூற்றினர்; குடிவெறியர் எனப் பழித்தனர். புரட்சிகரமான கருத்துக்களை வெளியிடுபவர்களுக்குக் கிடைக்கும்த பரிசு என்ன? அதுதான் அவருக்கும் கிடைத்து வந்தது. இதில் ஆச்சரியம் ஒன்றுமில்லை.

உமர் கய்யாத்தின் ரூபயாத்து மாசுபடிந்த மாணிக்கங்களாகக் கிடந்தன. அவைகளைக் கழுவி யெடுத்தவர் எட்வர்ட் பிட்ஜெரால்ட் என்பவர். இவரே பாரசீக மொழியிலிருந்து ஆங்கிலத்தில் அவரது பாடல்களைச் சுவை துளும்ப மொழி பெயர்த்தார். 1809ம் ஆண்டில் 75 பாடல்கள் வெளிவந்தன. மீண்டும் 1883ம் ஆண்டில் இரண்டாவது மொழி பெயர்ப்பாக 110 பாடல்கள் வெளிவந்தன. இரண்டு மொழி பெயர்ப்புக்களுக்கும் சிறிது வேறுபாடு உண்டு.

எட்வர்ட் பிட்ஜெரால்டின் மொழிபெயர்ப்பே உலகுக்கு உமர் கய்யாத்தை அறிமுகம் செய்து வைத்தது.

அன்று இகழப்பட்ட அவர் இன்று உலகத்தாரால் தத்துவ ஞானியாகப் புகழப்படுகிறார். இலக்கியத்தில் இன்புறுவோரும் இவர் பாடல்களைப் பாராட்டுகின்றனர். வேதாந்திகளும் இவர்கருத்தைப் போற்றுகின்றனர்.

இத்தகைய சிறந்த நூலைத் தமிழில் இரண்டு அறிஞர்கள் கவியாகப் புனைந்துள்ளனர். ஒருவர் பழந்தமிழ் மரபு கெடாது புதுத்தமிழ்ப் பாடல்கள் தரும் தேசிக விநாயகம் பிள்ளை; மற்றவர் உள்ளத்தில் தோன்றும் உணர்ச்சிகளை அள்ளித் தெளிக்கும் கவி. ச.து. சுப்பிரமணிய யோகி. ஒரு முஸ்லிம் தோழரும், ஒரு இந்துத் தோழரும் சேர்ந்து உமர்கய்யாம் பாடல்களை வசனமாக எழுதியுள்ளனர். அவர்கள் பெயர் நினைவில் இல்லை.

இம்மூவர் உமர்கய்யாத்தின் கருத்தைப் பாடல் களாகவும், வசனமாகவும் வெளியிட்டிருக்க, நீயும் இம் முயற்சியில் ஏன் ஈடுபட்டாய் எனக் கேட்கலாம். எனக்கு அந்தப் பாடல்களின் மேல் - அந்தப் பாடல்களில் பொதிந்துள்ள கருத்துக் களின் மேல் உண்டான ஆசையே என்னையும் பாடத்தூண்டிற்று. இதுதான் எனது விடை.

நான் எழுதியுள்ள பாடல்களை உமர்கய்யாத்தின் பாடல்களின் நேர் மொழிபெயர்ப்பாகக் கொள்ள முடியாது. சில நேர் மொழிபெயர்ப்பு; சில அவர் கருத்தைத் தழுவியவை; சில அவர் கருத்தை மனத்துட் கொண்டு எழுதியவை. இவ்வளவுதான் கூறமுடியும். அவர் கூறிய ஊர்களையும், பெயர்களையும் முற்றும் மாற்றியுள்ளேன்.

பாடல்கள் தெளிவாக - நினைத்த கருத்தை விளக்குவனவாக இருக்கவேண்டும் என்பது என் விருப்பம். முடிந்த வரையிலும், எளிய சொற்களில் இனிய ஓசை பொருந்தப் பாடல்கள் எழுதவேண்டும் என்பது பிற்காலத்தில் எனக்குத் தோன்றிய எண்ணம். இந்த எனது எண்ணத்தை இப்பாடல்கள் நிறைவேற்றி யிருக்கின்றனவா வென்பதை நான் எப்படி முடிவுகட்டுவது? இதைப் படிப்போர் தான் கூறவேண்டும்.

உமர்கய்யாமின் பாடல்கள் மூலம், மக்கள் உலக வாழ்வை இன்பமுடன் நடத்த ஊக்கங் கொள்ள வேண்டும் என்பதும் என் ஆசை.

மனிதன் இன்பம் அடையப் பிறந்தான். இன்பத்தை அனுபவிக்கவேண்டியது அவன் பிறப்புரிமை. இறந்தபின் இன்புறுதற்காக இப்பொழுது துன்புறுதற்கு அஞ்சக் கூடாது என்ற கொள்கை மாற வேண்டும்.

இப்பிறவி தப்பினால் எப்பிறவி வாய்க்குமோ, அன்றி எதுவருமோ என்பது உண்மை. இன்றே முயல்க! இப்பொழுதே முயல்க! எல்லோரும் இன்புற்றிருக்க முயல்க! இதற்கு உமர்கயாம் பாடல்கள் உணர்ச்சியூட்டுவதாக.

இங்ஙனம்,
சாமி. சிதம்பரன்.
சென்னை,

1-1-1946.

சிறப்புரை

1. உமர்கய்யாம் எனும் பெரியோன்
பாரசிக மொழிப் புலவன்
உலகநிலை ஆய்ந்த தூயன்
அமரஉளம் வாய்ந்திட் டோன்
ஆநந்த மாய் மக்கள்
வாழவழி அறிந்த வள்ளல்
கமகமென மணம் வீசும்
வாடாத மலர்கள் எனக்
கவிமலர்கள் உதிர்த்து வைத்தான்
எமதுளத்தை மகிழ் விக்கும்
இவைகளென்ன எல்லோரும்
எடுத்தழகாய் அணிந்து நின்றார்.

2. அவன் சொரிந்த மலர்களிலே
இனியசுவை மதுபானம்
அளவின்றி நிரம்பி நிற்கும்;
நவநவமாம் கற்பனைகள்
நடமாடும்; குடிப்பவர்கள்
உள்ளமெலாம் கொள்ளை கொள்ளும்;
சுவையறிவுப் பாடல்களுள்
அவன்பொதிந்த சோதிமணி
தேடியெடுத் தடையும் மாந்தர்
எவருக்கும் மேலான
பேரறிஞர்; இன்பமெனும்
மங்கையினை மணந்தோர் ஆவார்.

உமர்கய்யாம் பாடல்கள்

(ரூபயாத்)

1. உறங்காதே! விழித்தெழுவாய்;
மாறிவரும் புதுவுலகில்
உனதறிவு விழியைவைப்பாய்!
நிறைந்தஒளிச் சூரியனும்
நீலநிறக் கடல் மீது
பொன்பூசி நிமிர்ந்து தோன்றிக்
கறையிருளில் மினுமினுத்த
விண்மீன்கள் ஒளி மழுங்கக்
கதிர்வீசிக் கிழக்கே வந்தான்;
சிறந்ததமிழ்க் கரிகாலன்
அரண்மனையின் சிகரத்தே
தன்கிரணம் சிந்தி னானே.

2. இருள் அழியு முன், போலி
மனக்கோட்டை உருமாறி
இறந்தது; பின் அறிந்தேன் ஒன்றே;
பெரியதொரு சத்திரத்தின்
உள்ளிருந்து பேசியதோர்
குரலினமொழி உண்மை கேட்பீர்!
அரிய எல்லா ஏற்பாடும்
கோயிலினுள் ஆனபின்னர்
துயில்மயக்கம் உள்ள அன்பன்

வெறுவெளியில் ஏன் இன்னும்
வீணாகக் காலத்தைக்
கழிக்கின்றான் என்ற ததுவே.

3. கதிர்காணச் சிறைக்கோழி,
களிப்புடனே கூவுங்கால்
சத்திரத்தின் முன்னே நின்றோர்,
இதுபொழுதே திறகததவை,
உள்நாங்கள் எத்துணைநாள்
இருந்திடுவோம் எனும் கணக்கும்,
புதிதாக ஒரு தடவை
புகுந்தவர்கள் மீளல் இலை
என்பதும், நீ அறிந்த உண்மை,
அதிசயம்ஈது அன்று என்றே
இடியிடித்தார். இதுகேட்க
ஆதவனும் கிழக்கில் வந்தான்.

4. புத்தாண்டும் பிறந்ததவே,
போய்மறந்த பலநினைவும்
புதிதாக மனத்தில் ஊறக்,
கத்துகடல் அமைதியைப் போல்
கவலையிலா நிலைசேரும்
வழிகுறுகி நிற்கின் றேமால்,
இத்தரையில் வாழுயிர்கள்
மேலெல்லாம் இன்பமுறக்
கைவைத்தாள் அமைதி நங்கை,
உத்தமநாள் வந்ததென
உளமகிழ்ந்து மூச்சுயிர்த்தாள்

நமதன்னை உலக தேவி.

5. கனகசபை முட்செகாடியின்
மெல்வாசச் செம்மலரைக்
கரம்பற்றி நழுவி விட்டான்,
மனங்களிக்கும் மருந்தாகும்
எனக்கருதி மாதேவன்
மதுக்கிண்ணத் தொடும மறைந்தான்,
அனவரதம் ஒளிவீசும்
செம்மணிபோல் திராட்சை தரும்
அருங்கனிகள் இரசம் சிந்தும்,
நனிசெழிக்க மலர்ப்பொழில்கள்
பாத்திவழி நன்னீரும்
பாயும் இதை நாடிக் காண்பீர்.

6. மதிநிறைந்த கவிக்கம்பன்
வாய்மூடி மொழியின்றி
மவுனியாய் மறைந்து நின்றான்;
புதியசுவைக் கவிரசமே!
கவிரசமே! கவிரசமே!
எனஏங்கிப் புகலுகின்ற
அதிதெய்வப் பேரரசை
அடங்கவில்லை, அவன்புரந்த
தமிழ்த்தாயின் அடியில் வீழ்ந்தே
கதிநீயே! எம்முளத்தைக்
கவிசெய்க! என்றறிஞர்
கைகூப்பி வேண்டி நின்றார்.

7. வசந்தமெனும் சுடர்நெருப்பில்
மழைகால வருத்தத்தை
வீசியெறி! பழத்தின் சாறும்
கசந்ததெனும் மொழிமாதே
மதுக்கிண்ணம் கையேந்தி
கண்சிமிட்டி அருகில் வாநீ;
விசைகொண்டு சிறகடித்துக்
காலப்புள் பறப்பதற்கு
வெகுநேரம் இன்னும் இல்லை;
திசைநோக்கிப் பறக்கஅது
தொடங்கிற்றே; தீந்தேனை
விரைவினிலே கிண்ணத் தூற்றே.

8. எண்ணரிய புகழ்மதுரை
வளநகரில் இருந்தாலென்?
இடுகாட்டில் வாழ்ந்தால் என்ன?
கிண்ணமுறை பழச்சாற்றில்
மிகவினிமை கிடந்தாலென்?
கசப்புகுடி யிருந்தால் என்ன?
மண்ணுலகில் நமதுயிராம்
மதுரரசம் துளித்துளியாய்ச்
சிந்துவதும், நமது வாழ்க்கை
என்னுமொரு மரத்தின்இலை
ஒவ்வொன்றாய் விழுவதையும்
கண்டுமனத் தெண்ணு வீரே?

9. காதலுக்கு நீரூற்றும்
இவ்வசந்த காலத்தின்

ஒவ்வொருநாள் இரவின் முடிவும்
போதுஅலர்த்தி நறுமணத்தை
நல்கும்எனப் புகல்கின்றாய்,
முந்தைநாள் மலர்கள் எங்கே?
சீதமது நிறைமலர்கள்
சிறந்தமணம் நமக்களிக்கும்
இவ்வசந்த காலமே, நாம்
தேவனையாம் தீவிழ
நண்பரையும் நமதரிய
கிளைஞரையும் வீழ்த்தும் அன்றோ?

10. காலமெனும் அக்கொடியன்
நண்பரையும் கிளைஞரையும்
கவர்ந்துபோக! நமக்கவர் தம்மால்
ஞாலம்இதில் பயன் என்ன?
வாழ்ந்தாலும் வீழ்ந்தாலும்
நமக்கொன்றே; பெருங்குரல் கொண்டே
ஏலாநீ போர்க்கெழுக
எனப்பகைவன் எதிர்நின்று
கூக்குரல்இட் டார்த்திட் டாலும்
பாலகனே உணவுண்ண
வருக வெனப் பரிந்தன்னை
அழைத்தாலும் பொருளாக கொள்ளேம்.

11. வாருங்கள் என்னுடனே,
வளங்கொழிக்கும் நாட்டினையும்,
முட்புதர்சேர் வனங்கள் தமையும்
வேறெனவே பிரிக்கின்ற

நெடுவழியில் விரைவாகக்
கைவீசி நடந்து செல்வோம்;
ஊறுசெயும் அரசடிமை
இல்லாது மகிழ்ச்சியுடன்
அமைதிநிலை உலகு புகுவோம்;
ஏறும்அறக் கட்டிலிலே
இருந்தரசு புரிபுத்தன்
அருளாளன் பெயர் தழைக்கவே.

12. வரிவண்டு மலர்தோறும்
தேனருந்திப் பண்பாடும்
வனத்தின்கண் செழித்து நிற்கும்
ஒருமரத்தின் பெருநிழலும்
சுவையுணவும், கனிரசமும்,
உயர்புலவன் பாடல் நூலும்,
இருண்டகுழல் கிளிமொழியே!
நான்வேண்டும் சுகவாழ்வு;
பிறிதொன்றில் இன்பம் உண்டோ?
எரிந்தமனம் குளிர்ச்சிபெற
அருகிருப்பாய்! இசைப்பாடி
இன்பத்தேன் பாய்ச்சு வாயே!

13. இவ்வுலகில் சிலபேர்கள்
பெருங்கீர்த்தி எய்தும்ஓர்
இச்சையுடன் செயல்கள் செய்வார்;
திவ்வியம்சேர் புத்தர்பிரான்
அடைந்ததொரு பெரும் பேறு
தேடிவரல் வேண்டும் என்பார்;

செவ்வையொடு சிறுமைகளும்
செறிந்தநில உலகே! நான்
சேர்த்தபணம் முற்றும் கொள்வாய்!
எவ்வகையும் சுயநலத்தை
இனிவிரும்பேன், ஏமாறேல்
ஓசையிலே, எனது நண்பா.

14. மன்னுயிரின் உடலழிக்க
வலைபின்னி உயிர்வாழும்
மாபாவச் சிலந்தி போலே
இந்நிலத்தில் வாழுவது
மௌடீகர் இயல்பன்றோ?
ஏன்இங்கன் வாழு கின்றோம்?
என்னபயன்? உள்மூச்சு
வெளிமூச்சாய் எழும்புமொரு
நிலைநம்மை அடையும் நேரம்
இன்னபொழு தென அறியோம்,
ஆர்ப்பாட்டம்,அகங்காரம்,
வீண்உரைகள் இயம்பல் எனோ?

15. கண்கவரும் வனப்பில் எமக்கு
இணையுண்டோ வெனக்கூறிக்,
கடிமணமும் சிறிது வீசி,
மண்மீது நமைச்சூழ்ந்து
மலர்ந்திருக்கும் வெளிர்சிவப்பு
மலர்கள் தரும் செடிகள் பாராய்!
எண்கொண்ட செம்பொன்நிறை
பைபிணித்த பட்டின் இழைக்

கயிறவிழ்ந்து நிலத்தில் வீழும்,
கிண்கிண்ணீர் எனப்பேசிப்
பணம்சிதறி மலர்வனத்தின்
கீழ்ஓடிக் கிட

16. தங்கத்தைக் குவியல்களாய்த்
தானியம்போல் களஞ்சியத்தில்
கணகளிக்கச் சேர்த்து வைப்போர்,
அங்கதனை மழைத்தாரை
எனஏழை மாந்தர்கரம்
சொரிந்துமனம் மகிழ்ந்து நிற்போர்,
இங்குலகில் ஒரு படித்தாய்
மண்ணோடு மண்ணாகி
இறக்கின்ற காட்சி காண்போம்;
எங்கவர்கள் எனத்தேடி
எடுப்பவர்கள் இவ்வுலகில்
எவர்உள்ளார் இயம்பு வீரே.

17. உலகின்ப நுகர்ச்சிகளை
நிலையெனவே மாந்தர் குலம்
உளங்கொண்டு மிகவும் நம்பி
அளவில்லாக் காதல் அவை
மேல்வைத்து மகிழ்கின்றார்,
அதுமுடிவில் சாம்ப லாகும்.
பலமாகிச் செழித்தாலும்
நிலைப்பதிலை; பாலைவனப்
பனிபோலச் சிறிது போதில்
நிலையழிந்து மறையும், இந்தச்

செய்தியினை நீலவிழிச்
கங்குயிலே நினைத்துப் பார்நீ!

18. காதலர்க்கு மகிழ்வூட்டும்
கருங்குயில்கள் குடியிருந்து
கூவும்மலர்ச் சோலை, பின்னர்
ஈதெனக்கண் டறிவதற்கோர்
சுவடின்றி மணல்வெளியாய்
எரிந்துபாழ் ஆகும், இந்தப்
பூதலத்தில், இரவுபகல்
முறைமாறி வருவனபோல்,
புகழ்கொண்டு வாழ்ந்த மன்னர்
சாதல்எனும் இருள்உலக
வழிநோக்கி முன்பின்னே
சார்ந்ததிறம் அறிந்து நின்றோம்.

19. நாற்றிசையும் ஜெயக்கொடிகள்
நிலைநாட்டி, நங்கையரின்
விழிவேலுக் குடைந்து வாழ்ந்த
ஏற்றமிகும் இராவணனார்
வாழ்ந்தவிடம் புலிகிடக்கும்
தூறாகி இருந்த தன்றோ;
கூற்றுவனும் நடுநடுங்கும்
கொடுவில்லன், இராகவனே
கொதிப்புரையோடு எழுப்பி னாலும்,
மாற்றம்எதிர் மொழியாத
பெருந்தூக்க நிலையடைந்தான்,
மன்னன்இனி விழித்தல் இல்லை.

20. தானேதான் இணையான
தமிழறிந்து வாழ்ந்த புகழ்க்
குலோத்துங்க சோழ மன்னன்
வானோங்கு கோபுரஞ்சேர்
மனைவாசல் பலமன்னர்
குழுக்கூடி வந்த காலை,
நான்நேரே கண்டதனை
நவில்கின்றேன்; கூகூகூ
வெனக்கூவும் குயில்கள் கண்டேன்!
தேனேபோல் அக்குயில்கள்
கூகூகூ எனப் பேசும்
தீங்குரலே மீண்டும் கேட்டேன்.

21. என்காதல் பயிர்வளர்க்க
இனியமொழி மழைசொரியும்
ஏந்திழையே காலம் தாழேல்!
முன்காலத் துயரினையும்,
மூண்டுவரும் எதிர்காலக்
கவலையையும் முழுது நீக்கும்,
இன்பாரும் மதுக்கிண்ணம்
அதைநிரப்பி, இப்பொழுதே
என்முன்னே கொணர்க நீதான்
அன்பாக நாளையென
அறைகின்ற மொழிமறக்க,
அறிவார்யார் நாளை நிலையே!

22. மனதார நாம்அன்பு
வைத்திருந்த மாந்தர் சிலர்
மகிழ்வுறுநற் குணங்கள் உள்ளார்,
கனமான சுவைநிறைந்த
திராட்சைரசம் போன்ற அவர்
வாழ்க்கையினைக், காலத் தச்சன்
தனதான கருவியினால்
தறித்திட்டான் விரைவினிலே.
தரைமீதில் அவர்கள் எல்லாம்
இனமாக ஒருவர்பின்
ஒருவர்எழுந்து இளைப்பாற
மெதுவாக ஏகி விட்டார்.

23. அன்புடையார் விட்டு அகன்ற
அறையிட்டதே, நாமெல்லாம்
அளவற்ற மகிழ்ச்சி யுடனே,
இன்பமிகும் இளவேனிற்
காலத்திற் கேற்றபுது
ஆடையணி புனைந்து வாழ்வேம்.
நண்பரெலாம் நலிவெய்த
நாமொருநாள் நிலத்தின்கீழ்ப்
படுக்கைதனை நண்ணல் வேண்டும்.
துன்பமுடன் நாமேயோர்
அமளிதனை அமைக்கின்ற
தொல்லையையும் எய்தி நிற்போம்;

24. காதலினால் நிலையழிந்த
கோவலனார் உடலிரத்தக்

கறைபட்ட நிலத்தில், இந்தத்
தாதுகுசெவ் விதழ்ரோசா
தழைத்தோங்கும் அலது, பிற
தரையிலே வளர்வதில்லை
ஈடுதனது சிலசமய
நினைப்பாகும், இக்காவின்
புதர்உச்சி மலர்கள் எல்லாம்,
சீதமதி முகத்தொருத்தி
சிரமிருந்து செடிகளின்மேல்
சிந்துமென எண்ணு வேனே.

25. நம்மனதை வசமாக்கும்
நதியோரம் அசைந்தோங்கி
நங்கையரின் தோற்றம் காட்டும்
இம்மலரின் கொடிமீது
சாய்கின்றோம், இன்பமெனும்
குன்றின்மிசை ஏறி நிற்போம்.
அம்மாநீ! அதுவழுந்தச்
சாயாதே! மென்கொடிதான்
அழகுநிறை எந்த மாதின்
செம்மைநிறை உதட்டின்மேல்
செழிப்பாகப் பிறந்ததுவோ?
அறிவார்யார் அதன் சிறப்பே.

26. வெறியளிக்கும் மதுபானம்,
சுவைப்பாடல், இசைபாடும்
வித்தகர்கள் உயர்வு முற்றும்,
ஒரு சிறிதும் நமைத்தொடராது

ஒழிந்துவிட, நாமொருநாள்
மண்ணாகி மடிதல் வேண்டும்;
பெருநிலத்தில் நமதுடலும்
பேதமற மறைகின்ற
நாள்அணுகு முன்னரே, நாம்
அரிதான காலத்தை
அமைதியுடன் மகிழ்வாக
நடத்தும்வகை அறிந்து கொள்வோம்.

27. இந்நாளே சிந்தனையின்
முடிவையெலாம் இயற்றிவிட
வேண்டுமென எண்ணு வோர்க்கும்,
பின்னாளில் ஆகட்டும்
எனநினைந்து பேதமையால்
ஏமாற்றம் எய்து வோர்க்கும்
உன்னாத மூடர்கள்!
இங்குமிலை அங்குமிலை
ஒருபயனும் உங்கட்கு என்றே
மன்னாத கரியவிருட்
கோபுரத்தில் இருந்துவரும்
மனிதகுரல் ஒன்று கேட்டேன்.

28. கருங்கடல் மேல்சூரியனும்
ஒளிவீசி எழுங்காலைக்
கடிமலர்கள் அவிழ்க வென்னும்
ஒருகுரலைப் படுக்கைமேல்
கண்மூடி அமைதியுடன்
உறங்கும்போது உற்றுக் கேட்டேன்.

விரிந்தமலர் மீண்டிங்கு
மலர்வதிலை, சோர்வுற்று
விழும் எனும்மென்மை ஓசை,
மறுமுறைகண் விழித்தெழுந்த
பொழுதுஎனது செவிநுழைந்து
மறைந்ததனை நினைவு கூர்வேன்.

29. இரண்டுலக நிலைபற்றி
வழக்காடி இருந்தபெரும்
அறிஞர், தவம் முயன்றோர் எல்லாம்
மருண்டவர்கள், பெருமூடர்,
அவரும் இம் மண்ணுலகில்
வாழாமல் மறைந்து போனார்.
தெருண்டவர்கள் எனவிருந்து
தெளித்திட்ட அவர் சொற்கள்
தீதாகிச் சிதைந்த அன்றோ?
வறண்டபிணம் ஆகிஅவர்
வாய்முற்ற மண்நிரம்பி
வனமலர்போல் ஆயினாரே!

30. என்னிளமைப் பருவத்தே,
இணையற்ற பேர்அறிஞர்,
இறைவன்அருள் பெற்றோர் என்பார்,
இன்னவர்கள் தமைக்கூடி
இச்சையுடன் அளவில்லா
அரும்பொருள்கள் இயம்பல் கேட்டேன்
அன்னவர்கள் உரைத்தவழி
அடைந்திலேன் ஒரு சிறிதும்

அகத்து எழும்என் நினைப்பின் வழியே
பின்னரும்நான் நடக்கின்ற
பிடிவாதம் உடையஒரு
பெற்றிமையில் ஊறி நின்றேன்.

31. அறிஞருடன் நான்கூடி
ஞானவிதை தனையிந்த
அவனியிலே தெளித்து, மீண்டும்
பெரிதாகக் கரங்கொண்டு
நீர்ஊற்றி வளர்த்திட்ட
பின்னர்நான் அறுப்பு நாளில்
உரியபலன் பெற்றதனை
உரைக்கின்றேன், அதன் உண்மை
நிலையதனை உணர்ந்து கொள்வீர்;
விரைந்து, நீர் எனத்தோன்றிக்,
காற்றெனவே மறைந்திட்ட
விந்தைதான் கண்ட பலனே.

32. பள்ளத்தே நீர்பாயும்
பான்மைபோல், இங்கங்கே
பாய்ந்துநான் ஓடு கின்றேன்;
உள்ளத்தே, எதற்காக,
எங்கு, நான் செல்கின்றேன்
எனும் உண்மை உணர்தல் இல்லேன்,
கள்ளைக்கீழ் மலர்சிந்த
வீசிமறை காற்றேபோல்
காசினியை விட்டகல் வேன்
விள்ளத்தான் அறிந்திலேன்,

காற்றந்தப் புறந்தன்னில்
வீசுமோஉண்மை யாதோ?

33. எங்கிருந்து, கேளாமல்
இவ்வுலகில் என்னையார்
இழுத்துவந்து புகுத்தி னாரோ,
அங்கவரே எனைமீண்டும்
வினவாமல் எங்கேயோ
அறியாத இடத்தில் சேர்ப்பார்.
பொங்குபெரும் அன்புடைய
புனிதன்றான், நமைத்தூக்கிப்
போகும்அவர் செருக்கு தனையே
இங்குநினைப் பூட்டிவிட,
இனியசுவை பானத்தை
எமக்கென்று பரிசு தந்தார்.

34. இவ்வுலகில் வாழுயிர்கள்
மத்தியிலே யான்ஒருவன்
எவ்வகையோ வந்து தோன்றி,
எவ்வம்எனும் ஒருசிம்மா
தனத்தின்மேல் இருக்கின்றேன்,
இளைப்பாற நேரம் இல்லேன்;
கவ்வியெனைச் சூழ்சிக்கல்
முடிச்சுபல வற்றினையும்
கண்டுஅவற்றை அவிழித்தெறிந்தே
செவ்வையாய் மக்கள் இயல்பு
என்னுமொரு முடிச்சைநான்
சிதைக்கும் வழி மட்டும் அறியேன்.

35. போகும்வழி மறைக்கின்ற
கதவொன்றை நான்கண்டேன்
பூட்டிற்கு ஓர் சாவி காணேன்,
ஏகுபுற வழியில்ஒரு
திரைதொங்கிற்று, அதனிடையே
ஏதும்நான் அறிய வில்லை
வேகமுடன் நான்என்றும்
நீ என்றும் வீண்சொற்கள்
உதிர்கின்ற விந்தை கேட்டேன்.
தேகம்இது நொடிவீழும்
நீயும்இலை, நானும்இலை,
எனும் உண்மை தெரிந்துகொண்டேன்.

36. நான்எங்கே, நீயெங்கே,
எனும்கேள்விக் கொருவிடையும்
ஞாலத்தே தோன்ற வில்லை.
வானத்தில்வாழ் சுவர்க்கம்
வளங்குலவு திரைக் கடல்தாம்
ஒருபதிலும் வழங்க வில்லை.
காணும்ஒரு குறியற்ற
கடவுள் தமை வணங்கிடினும்
கண்டறிய முடிவ தில்லை.
ஏன்அறிவு மயக்கந்தான்,
என்உடற்பை உள்ளேநான்
தேடுபொருள் இருக்கும் அன்றோ,

37. நீங்காது என் உடற்குள்ளே
குடியாகி நிற்கின்ற
நிகர்அற்ற அன்பின் உருவே!
தூங்காத பேருலகத்
திரையின் பின் இருந்து என்றும்
தொடர்ந்து தொழில் செய்து வருவோய்!
ஏங்காமல் இருள் வழியைக்
கடக்கவொரு சுடர்விளக்கை
எனக்கருள்க என்று கேட்டேன்.
ஆங்கார முடன் ஏதோ
அறிவின் ஒளி குறைந்தது என
அறைந்த விடை ஒன்று கேட்டேன்.

38. சிற்றணுவின் திரள்சேர்ந்த
மண்பாண்ட உதட்டின்மேற்
சேர்ந்தேநான் சாய்ந்து நின்றேன்,
உற்றறிய வாழ்க்கையெனும்
கிணற்றுண்மை முழுவதையும்
உதட்டோடு என் உதடுவைத்தேன்,
சற்றும் இனித் தாமதியேல்
சாகாத பொழுதே நீ
சலியாமல் குடித்து விடுவாய்,
அற்றுடலம் அழிந்ததன்பின்
மீண்டெழுதல் இல்லை யென
மண்பாண்டம் அறைந்த தன்றே.

39. இவ்வண்ணம் நடுநடுங்கி
விடையளித்த, மண்பாண்டம்

இன்னுயிரோடு இருந்த நாளில்,
செவ்வண்ணம் கொண்டசுவை
மதுவருந்தி ஆனந்தம்
சிறந்திருந்து வாழ்ந்த தன்றே,
அவ்வண்ணம் மனம்பதிய
அப்பாண்ட உதட்டின்மேல்
அழுத்தியொரு முத்தம் வைத்தேன்
இவ்வண்ணம் முத்தங்கள்
பெறவும், பின் கொடுக்கவும் நான்
இயல்புடையேன் என்பது அறிந்தேன்.

40. நான்சென்ற வழியின்கண்
கண்டதொரு காட்சியினை
நவில்கின்றேன், குயவன் ஒருவன்
தான் கையில் ஈரமுள
மண்கொண்டு தட்டும் ஒலி
அதனைநான் நின்று கேட்டேன்,
ஏன்என்னை நையும்வகை
புடைக்கின்றாய் மெதுவாக
மெதுவாக எனவி ரந்தே
தேன்கொண்ட மழலைமொழி
தெளிக்கின்ற திறங்கண்டு
திகைப்போடு வழிநடந்தேன்.

41. மண்ணாகி உயிர்களெலாம்
மடிவதுவும், மீண்டும் அவை
உயிராகி மலரும் விதமும்,
முன்னாளில் இருந்துவழி

வழியாக நடக்குமென
மொழிவதிலோர் கவலை யில்லை.
எண்ணாகி, எழுத்தாகி
இருக்குமொரு பரம்பொருள்இவ்
வுலகிலுறை அணுக்க ளாலே
மன்னாத மெய்பெற்ற
மாந்தர்குலம் படைப்பித்தான்,
என்னுமொரு மாற்றம் அறிவீர்.

42. காய்ந்துமடி புல்மீது,
கைக்கிண்ண மதுர ரசத்
துளிசிந்தக் கவிழ்க்க மாட்டோம்,
பாய்ந்துவரும் ஒரு கண்ணின்
கோபத்தீ படுக்கும் வகை
அறியாது துளியுதிர்க் கலாம்.
தேய்ந்துவிட அறிவுதனைச்
செய்கின்ற தீயசினம்
தெரியாமல் உறையும் எங்கோ,
ஆய்ந்தறியின் விழியுளே
அதுநீண்ட நாளாக
அமைந்ததிறம் அறிந்தி லேன்நாண்,

43. உலையாத சுவர்க்கத்தின்
சுகமொத்த சுவை மதுவை
உட்கொள்ளும் ஆவ லோடே
மலர்வனவே மணம் வீசும்
வனமலர்கள், மாந்தர்களும்
இவ்வெண்ணம் உடையர் ஆவார்.

நலமான மதுவற்ற
கிண்ணத்தைத் தலைகவிழ
நாட்டுவதே போல, வுன்னை
நிலைவான இடைவெளியில்
ஒருவன் தான் மூடிவிட
நினைப்பதனை விரும்பு வாயோ.

44. ஒருசிறிது காலந்தான்
உனக்கிந்த உலகத்தே
வாழ்வுள்ளது என்ப தறிவாய்.
பெரியநிலத் தாய் உன்னை
கைநீட்டி எடுத்தேந்திப்
பிரியமுடன் அணைக்கு முன்னே,
வருகின்ற கவலையெலாம்
வறண்டுவிட மனத்துள்ளே
களிப்புமிக வளர்த்து நிற்பாய்.
கருதுசுவைத் திராட்சைதரும்
கனிகளையுன், கைக்கொண்டு,
கசக்கி மகிழ வெய்துவாயே.

45. அருந்துசுவை மதுக்கிண்ணம்,.
அதுபதியும் உன்னுதடும்
ஆனவிவை இரண்டு மேதான்,
பெருந்துயரம், நிறையின்பம்
இவையெல்லாம் பிறக்குமிடம்,
முடியுமிடம் ஆகி நிற்பின்;
இரும்புவியில் இதுகாறும்
எவ்வகைநீ வாழ்ந்தாயோ

அவ்வகையே இன்னும் இங்கே
பொருந்தியுளன் என்றுநினை,
இதினின்றும் கீழ்நிலையில்
போவதிலை உண்மை இதுவே.

46. பிறப்பேதும் யானஞ்சேன்
இறப்பதற்கென் செய்வென் எனப்
பேதமையால் வருந்தி நில்லேல்.
மறைப்பான இருள் அனைய
சுவைத்தெய்வம் மரங்கள் வளர்
நதியருகில் உன்னை நோக்கி,
இறப்பென்னும் மதுக்கிண்ணம்
ஈகின்றேன் எனவுன்றன்
இன்னுயிரை அழைக்கும் நாளில்,
சிறப்பென்று மனங்கருதிச்
செல்லுக நீ முன்னேறிச்,
சிறிதும்பின் அடைய வேண்டாம்.

47. வாழ்நாளின் கணக்கதுதான்
முடிந்ததன் பின் வனைந்தவனும்
என்செய்வான் என்று வாடேல்!
பாழாகும் நமைப்போன்ற
கணக்கில்லாக் குமிழிகளைப்
பரமன்தான் விளையாட் டென்னும்
ஆழ்சுவைசேர் மதுக்கிண்ணத்து
உண்டாக்கி ஆனந்தம்
அடைகின்றான், அதனை ஒத்தே
தாழாமல் மேன்மேலும்

செய்கிற்பான், தரையினிலே
உன்வாழ்வை இன்ப மாக்கே.

48. சாவென்னும் பெருந்திரையின்
அப்புறத்தே இருவேமும்
சார்வோம்,இவ் வுலக மட்டும்
மேவுமொரு தரமாக,
அழியாமல் வெகுகாலம்
நிலைத்திருக்கும் போது,நாமும்
பூவுலகில் வருவதையும்
போவதையும் குறிப்பாகப்
பார்த்திருப்பார் யாரே யுள்ளார்?
சாவதுவும் பிறப்பதுவும்
சாகரத்தின் மேலிட்ட
கல்லேபோல் ஆகும் அன்றோ.

49. ஒருநொடியில் அழிவென்னும்,
நெடுவனமும் ஒழிந்து விடும்,
அஃதேபோல் வாழ்க்கையென்னும்
சிறுகிணற்றின் சுவைநு கர்வும்
ஒருகணமே, சிந்தையிலே
இவ்வுண்மை வரைந்து வைப்பாய்
பெருநீல வான் வெளியில்
மீன் கணங்கள் பிரகாசம்
மறைந்தொழிதல் காணு கின்றோம்.
கருதியவை உடன்செய்வோம்,
தினம், கதிரோன் எழுவதையும்
விழுவதையும் கண்டு தேர்வீர்

50. இவ்வுலகப் பெருமயக்கை
இன்பமென நினைந்தழியும்
ஏழைமதி யுடைய மக்காள்,
எவ்விதம்இப் பிறப்பிறப்பின்
இரகசியம்என் றுணர்ந்திடவே
நாள்கழிக்க எண்ணு வீரோ,
அவ்விதமேல் உடன் துணிக,
அறிந்திடுவீர், பொய்மெய்யைப்
பிரிப்பதொரு மயிரின் இழையே,
செவ்வையுற உலகநிலை
தேர்ந்தவர்கள் சிந்தித்துச்
செப்புமொழி இவைகள் தாமே.

51. துயரத்தின் எல்லைதனை
ஆண்மையுடன் கடந்தவர்கள்,
சேரும்இடம் தூய்மை யான
உயர்ந்தபெரும் இன்பநிலை;
உண்மையிதே உளங்கொள்வீர்,
பொய்மெய்யை உணரு வீரேல்
பெயராத பெருஞ்செல்வக்
குவியல்நிறை வீட்டினையும்,
பெருங்கருணை நிரம்பி நின்றே
அயராமல் முத்தொழிலை
விளையாட்டாய் அணிந்துறையும்
தலைவனையும் அடைந்து நிற்பீர்.

52. ஒருமாவே தனித்தனியே
பலவுருவாய்ச் சுவைநிறைந்த
உண்பண்டம் ஆதல் போலே,
இருநிலத்தே அணுச்சேர்ந்து
பலவடிவாய் இறுதியிலே
அழிந்துவிடும் இயல்பு காண்போம்.
அருந்தலைவன், படைப்பின்வழி
பாதரசம் போல் விரைந்துன்
அல்லலினை அகற்று கின்றான்.
ஒருபொழுதும் அவன்மட்டும்
அழியாமல் உலகமெலாம்
உறைகின்ற உண்மை அறிவீர்.

53. இப்பிறப்பின் முன்னிருந்த
இடம்இன்ன தென்றறியேன்,
அறிந்தவர்கள் எவரும் இல்லை,
எப்படியோ இவ்வுலக
நாடகமாம் கடஇருள் நடுவில்
எனைப்புகுத்தி ஆடவைத்தான்,
உப்புடைய கடல்நீரை
உண்ணீராய் ஆக்குமவன்
விளையாட்டுக் கெல்லை உண்டோ?
ஒப்பரிய அவன்செயலை
உணர்ந்தவரும் உரைப்பவரும்
உலகில்எவர் கூறுவீரே.

54. கீழிடத்தில் அசையாத
நிலந்தொடங்கி மேலிடத்தே

கிஞ்சித்தும் திறக்க ஒண்ணாத்
தாழ்உடைய கதவுவரை
ஒரு வகையாய் நீவிழித்துக்
கூர்மையுடன் பார்ப்ப தாலே
சூழுமொரு பயனில்லை
எனில், நாளைப் பயனடைவது
எவ்வண்ணம் சொல்க, நீதான்.
வாழுவதும் நிச்சயமோ
நாளைக்கிவ்வுலகினிலே.
வாடியுதிர் மலர்கள் காண்பீர்!

55. மனிதர்குணம் என்பதையும்,
மாண்புமிகும் தெய்வீகத்
தன்மையையும் எந்த நாளும்
இனியவென நம்பாதே!
நாளைவரும் இன்னலினை
எண்ணிமனக் கவலை கொள்ளேல்!
நனிநம்பி நாளையினை,
நடுப்பகலில் மணல் வெளியில்
நீர்தோன்றி நிற்றல் போன்ற
புனிதமிலா உலகின்பப்
பெரும்புத ருள் நீமறைந்து
நிலையழிந்து புலம்பி நில்லேல்.

56. பயனளியா முயற்சிகளில்,
பலதுயருக் குள்ளாகும்
வம்புகளில் பாய்ந்து, நீயுன்
உயரியதோர் காலத்தை

வீணாக்கேல்! உண்மைகளைப்,
பொய்ம்மைகளை உணர்ந்து காண்பாய்,
நயமில்லாக் கசப்பான
பழம்தின்றோ, அலதொன்றும்
உண்ணாதோ நலிவு கொள்ளேல்!
விமன்சுவைகொள் திராட்சை தரும்
கனியருந்தி களிப்பென்னும்
விரிகடலில் மூழ்குவாயே

57. என்னில்லத் திருந்துபல
விவாதங்கள் நடத்துவேன்
என்றுரைகள் புகன்றது அறிவீர்,
முன்னுள்ள இவ்வுலக
போகமெனும் என்மனைவி
முழுமலடி யாகி விட்டாள்,
இன்னுமிவள் தருமின்பம்
ஏதுமிலை எனக்கருதி,
ஏகென்று தள்ளி, மதுவாம்
கன்னிஉயர் சுவைமகளைக்
கடிமணமே செய்துள்ளேன்,
களிப் புஇதன் மேலும் உண்டோ.

58. உண்டுஇல்லை, தாழ்வு,உயர்வே,
என்றுபுகல் தத்துவநூல்
ஆராய்ச்சி உரைகளை, நான்
கண்டித்தும் மெய்ப்பித்தும்
கட்டுரைகள் மொழிந் திட்டேன்;
ஆயினுமென் கவனம் எல்லாம்

அன்டினதே ஒன்றன்மேல்,
அதை மறிக்கும் வழியழியேன்,
அச்செய்தி கூறுகின்றேன்,
பண்டென்றும் அறியாத
இன்பமெனும் கடல் சேர்க்கும்
பழம்பிழிந்த ரசந்தான் அதுவே.

59. ஆண்டனைத்தும் மக்கள்குல
வாழ்வுநிலை காணற்கே
அறிவெல்லாம் செலவு செய்வான்.
ஈண்டு எனவே எனைப்பற்றி
மாந்தர்பலர் மொழிகின்றார்,
இதுவுண்மை யாகு மாயின்,
மாண்டொழிந்த நேற்றினையும்,
பிறவாத நாளையையும்
மக்கள்குலம் நினைவு கூர
வேண்டாமே, பஞ்சாங்கம்
தனில்இன்றி அவைகள் தமை
விலக்கிவிடல் நன்மை யன்றோ?

60. செங்கதிரோன் புவிமீது
பொற்கிரணம் சிந்துமொரு
மாலையினில், தேவ தூதன்
பொங்குபெரு வியப்பெய்த
புயமீதில் ஒருபாண்டம்
சுமந்துமனை தோன்றி நின்றான்,
அங்கவனும் தன் கலத்தில்
உள்ளபொருள் அருந்திருசி

அறியவெனை இரந்த ழைத்தான்,
மங்கலிலாச் சுவைப்பண்டம்
யாதென்னில் இன்பதரு
மனத்தில்வளர் மதுர ரசமே.

61. உண்மையெலாம் அறிகின்ற
திறமிந்த உலகத்தே
உயர்திராட்சை ரசத்தில் உண்டு,
திண்மையிலாத் தத்துவங்கள்
எவையேனும் அவைமுற்றும்
தீய்ந்தழியச் சிதைக்கு மதுவே,
நன்மையிலா ஈயமெனும்
நமதுதுயர் வாழ்க்கையினை
நலமாக விரைவில் மாற்றி,
பொன்மைபெறச் செய்யுமொரு
புதுவலிமைக் கருவியென
மதுவினையான் போற்று வேனே.

62. ஆண்டவனை யேபோற்றும்
திறலுடைய மாமூதும்
அரியசுவை மதுவின் முன்னே
நீண்டதனது உடைவாளைக்
காங்கொண்டு, சுழற்காற்றை
நிகர்க்கும்இது வென்ன வீசி,
பூண்டதனது ஆருயிரைப்
பிணிக்குமொரு நம்பிக்கை,
பொருந்துதுயர், அச்சம் இவைதாம்
ஈண்டுநிலை பெறாதபடி

சிதறும்வகை செய்கின்ற,
இயல்புதனை உணர்ந்து கொள்வீர்!

63. இறைவன்ஏன் இவ்வுலகில்
திராட்சைரசம் உண்டாக்கி
இனியசுவை அதனுள் வைத்தான்,
வெறுப்படைதற் குரியஇழி
வழக்கங்கள் பிடிக்கவென
விரித்தவலை யல்லஅதுவே,
பெரிதுநமக் காசிமொழி
வழங்குமதன் பயன்கொண்டு
பேரின்ப மெய்தல் வேண்டும்,
வறிதுநமைச் சபிக்கவொரு
பொருளினையும் கடவுள்தான்
வையகத்மதிற் படைக்க வெண்ணான்.

64. வாழ்வினிலே இன்பம்செய்
மருந்தினைநம் மனத்துள்ளே
உறுதியுடன்வைத்தல் வேண்டும்,.
சூழ்வதுதான் எதுவெனினும்
பரிசுத்த பானத்தைச்
சுகமெனவே நம்ப வேண்டும.
தாழ்வுதனை யழிக்கின்ற
திராட்சைரசச் சுவைபானம்
தங்கியதோர் கிண்ணம் இங்கே
பாழ்பட்டு மண்ணாகி
மடிந்துவிடும், அந்தோநாம்
பயன்பெற்று வாழ்தல் நன்றே

65. இனிமைதரு திராட்சைசுவைக்
கனிபழுத்த பசுங்கொடியும்,
எந்நாளும் உண்மை பேசும்
புனிதகுண மாந்தர்களும்
இல்லாத சுவர்க்கத்தில்
போகந்தான் உண்டோ சொல்வீர்,
மனிதர்மனம் கவர்கின்ற
மற்றபல பண்டங்கள்
மதுவைப்போல் இன்பம் சுரக்குமோ?
துனிதருமே அங்கய்யின்
குவிப்பினிலே தோன்றிநிலை
சூன்யத்தை நிகர்க்கும் அதுவே.

66. நரகம் என நடுக்கமுறும்
பயமேகேள்! மோட்சமென
நம்புமொரு மனமே நீகேள்!
விரியுமலர் மறுமுறையும்
மலர்வதிலை, வீழ்ந்துவிடும்
வாடிநில மீதில் இங்கே,
வருமனித வாழ்க்கைநிலை
பெற்றதல, வற்றிவிடும்
மணல்வெளியில் பெய்த மழைபோல்
ஒரு சிறிதும் பொய்அல்ல,
உறுதி,இந்த உண்மையினை
உணர்ந்தவரே ஞானி யாவார்.

67. எண்ணற்ற பெருமக்கள்
முன்னாளில் இருட்டான
கதவின்வழி கடந்து போனார்,
இன்னதென அதுபற்றி
இயம்புவதற் கெனமீண்டும்
எவர்வந்தார்? ஒருவர் இல்லை.
எண்ணில்இது வியப்பன்றோ
இவ்வுலகில் வேறு நமக்குப்
பயன்உள்ள வேலை உண்டோ?
அன்னவர்கள் சென்றவழி
பின்பற்றி நாம்காணக்
கிளம்புவதே இயற்கை ஆமே.

68. பண்டுறைந்த பானடியார்,
அறிவுடையோர் பகர்ந்தபல
பரிசுத்த மொழிகள் எல்லாம்
கண்டுணரின் வெறுங்கதைகள்;
மாந்தர்க்குள் கலகமெனும்
பயிர்வளர்க்கும் விதைகள் ஆகும்.
மண்டுபெருந் தூக்கத்தில்
இருந்தவர்கள் எழுந்தார்கள்,
மனத்தெழுந்த நினைவு சொன்னார்.
எண்டிசையும் அதிரஒலி
முழங்கிடினும் எழாத பெரும்
உறக்கத்தில் மீண்டும் உற்றார்.

69. இச்சையொடு, வெறுபபுஇவைகள்
சுற்றங்கொண் டெழுந்தபல

குணங்களெலாம், நனைந்த ஈரக்
கச்சையினில் படிகின்ற
புழுதியெனக் காதலுறும்
நம்முயிரிற் படிந்து நிற்கும்;
நிச்சயமாய் அவ்வழுக்கை
நீக்கியிங்கு நிர்வாண
நிலையுறலே சுவர்க்கம் ஆகும்.
நச்சியினி மண்ணுலகில்
வாழ்வதுதான் நாணமுறும்
வாழ்வன்றோ நவிலப் போனால்.

70. சிறிதுநாள் இங்கு உறைவதற்குச்
செய்ததொரு கூடாரம்
இவ்வுடலே என்று தேர்வீர்,
ஒருமகிபன் மரணம் எனும்
உலகடைவான், உடனிங்கே
மறுமன்னன் வந்து சேர்வான்.
இருளினிலே அன்னவனும்
அடித்து அகற்ற ப்படுகின்றான்
இருந்தவிடம் அறிதற் கின்றி,
மறைந்தபொழுது உடன் முன்றாம்
மன்னவனும் மகிழ்ந்துறைதற்கு
ஆனசெயல் மக்கள் செய்வார்.

71. இறந்ததன்பின் உள்ளநிலை
என்னவெனும் செய்திமிக
மறைவாக இருப்பதாகும்.
மறையிருளில் என்னுயிரை

அனுப்பினேன் மாண்டதன்பின்
உள்ளநிலை யறிய வேண்டி;
திரும்பியது பலநாட்கள்
கழித்துவந்து தெரிவித்த
செய்தியிது வொன்றே யாகும்;
பெருமோட்சம், நரகம்எனப்
பேசும்வெறும் பேச்செல்லாம்
நானென்றே மொழிந்த தன்றே.

72. எண்ணுமொரு நினைப்பினிலே
வெற்றிதனை எய்திமனம்
இன்புறலே சுவர்க்கம் ஆகும்;
மண்ணில்உடல் தீப்பட்ட
உயிர்போல மனம்நொந்து
கலங்குவதே நாகம் ஆகும்
விண்ணகத்தே தனியுலகம்
பாதலத்தில் வேறுலகம்
என்றுகதை விளம்ப வேண்டாம்,
திண்ணம்இது பிறப்பெடுத்த
நாம்விரைவில் உலகத்தே
தீர்ந்தழிவோம் உண்மை இதுவே

73. பலனின்றி அசைவரிசைப்
பொருள்கள்என உருக்கொண்டு
பாரில்நாம் வளர்ந்து நின்றோம்
இலகுபெரும் கண்காட்சிச்
சாலையினில் அதன்தலைவன்
இருள்அகல விளக்கை ஏற்றி

நிலவுபொருள் காட்டல்போல்,
நீள்உலகிற் கதிரவனை
நிமிர்த்திஒளி தோன்ற வைத்தான்.
உலகுதனில் அவ்வொளியில்
உதித்துமறை தோற்றங்கள்
நாமும்என உணர்ந்து கொள்வீர்!

74. இரவுபகல் கோடுள்ள
சதுரங்க உலகத்தே,
எள்அளவும் சக்தி யில்லா
சிறுதாயக் கட்டைகளால்
விளையாடல் சிலபண்ணி
அலைகின்றான் இங்கும் அங்கும்.
ஒருசமயம் அசைவின்றித்
தடைப்படுவான், இறுதியிலே
உயிர்எய்தி மாள்வன், பின்னும்
வரிசைபெற இவ்வகையே
மானிடர்கள் வந்துஉலகில்
மறைகின்றார் அறையின் உள்ளே.

75. பந்ததுநான் இப்பக்கம்
அப்பக்கம் செல்வல் எனப்
பகர்வதுஒரு நாளும் இல்லை
எந்தவிடம் ஆடுபவன்
குறிப்பில்வைத்து உதைப்பானோ
எழும்பிவிழும் பந்தும் அங்கே.
இந்தவகை எவன்உன்னை
இவ்வுலக வெளிநோக்கி

எறிந்தனனோ, அவனே உன்றன்
சொந்தநிலை நன்கறிவான்,
பிறர்அறியார் அவன் அன்றிச்,
சொல்லவினி ஏதும் இன்றே.

76. உளம்வெதும்பி நிறைகண்ணீர்
உதிர்த்திடினும், தலைவிதியில்
ஓர்எழுத்தும் அழிவதில்லை.
துளங்குகாம் வரைந்துசெலும்,
வரைந்தபினும் தொடர்ந்தசையும்,
அசையாமல் நிற்றல் இல்லை.
விளம்புமன உறுதியினால்
அலது,மிகு திறமையினால்
விரைந்துகரம் பின்னி ழூத்துக்
கிளர்ந்தவரி தனிற்பாதி
அழித்திடவும் ஒண்ணாது,
கிளிமொழியே உண்மை அறிவாய்.

77. உண்மையறிவு வுடையோரும்
கலைஞர்களும் விதிவிலக்கை
உபதேசம் செய்து வாழ்க!
திண்மையொரு சங்கிலியின்
தொடர்பினிலே சிக்குண்டு
திகைப்பவர்கள் அவர்கள் ஆவர்;
எண்மையினில் அதைவிட்டு
விலகிடவோ அன்றிஅதை
முறித்திடவோ முடிவதில்லை.
மண்ணுலகில் அதைத்தாண்டி

முன்னேறிச் சென்றிடவும்
மற்றவரால் ஆவதில்லை.

78. வானம்என யாம்கூறும்
கவிழ்ந்தவொரு கிண்ணத்தின்
அடிப்பக்கம் அலைகடல்வாழ்
நானிலத்தில் எல்லோரும்
தவழ்ந்துறைந்து, முடிவினிலே
நம்ஆவி துறந்து விடுவோம்.
யான்உன்னைப் பணிகின்றேன்
எனக்கு அருள்க வெனக்கூறி
எடுத்துகரம் கூப்பி நில்லேல்,
நீனிறங்கொள் வானுநமைப்
போல்இங்கே வலுவின்றி
நின்றுசுழல் கின்றது அறிவீர்.

79. இந்நிலத்தே முதல்வந்த
மண்ணிடத்தில் இருந்துஇறுதி
மனிதஉரு இயற்றினார்கள்.
அந்நாளே அந்தத்தின்
அறுவடைக்காம் விதையினையும்
ஐயம் அறவிதைத்துவிட்டார்.
பின்னாளாம் முடிவினிலே
நாம்இந்தப் பேருலகில்
எவ்வண்ணம் உறைவதுஎன்று,
முன்னாளே படைப்பானது
உண்டான நேரத்தே
முடிவாக்கி விட்டதறிவீர்.

80. இன்றுவரும் அறிவீனச்
செயல், நேற்றை முயற்சியினால்
எழுந்ததொரு விளைவே ஆகும்.
நின்றுவரும் நாளைநமக்கு
அமைதியதோ, வெற்றியதோ,
நெஞ்சழிவோ, வருவதுஎதுவோ?
துன்றினைநீ எதற்காக?
எங்கிருந்து? துயர்உலம்
தொலைத்தெழுதல் தான்எங்கு எதற்கே?
என்றறிய மாட்டாய்நீ
இனிய சுவைத் தேன் அருந்தி
இவ்வுலகில் மகிழுவாயே,

81. பொறிஅமைக்கும் வல்லார்கள்
அமைத்தபொறி பழுதின்றி
இயங்குமொரு காலந் தன்னைக்
குறித்தெழுதி விடுவார்கள்.
அதுபோலக், குவலயத்தில்,
எனைப்படைத்த நாளி லேயே,
திருத்தமுற இன்னபடி
இருக்க,வெனத் தீர்மான
மாய்எழுதி அனுப்பி விட்டான்.
ஒருத்தருமே அவன்இயல்பை
உணர்ந்தறியார், உலகநிலை
உளம்தேறி வாழ்க நீயே.

82. துறைபோய வல்லோர்கள்
மனம்போன படிசொல்லித்
தூற்றிடினும் கவலை யில்லை.
நிறைஇரசக் கனிக்கொடிதான்
எனைச்சூழ்ந்து நிற்பதனை
நேரேநான் கண்டு விட்டேன்.
அறிவுக்கண் திறவாத
அசடன் அவன் வெளிப்பக்கம்
வீண்ஊளை யிட்டு நிற்பான்
கறைபடிந்த இவ்வுலகில்
இருந்தறிவுக் கதவுக்கோர்
சாவியினைக் காண லாமே.

83. உண்மையெனும் விளக்குஎன்மேல்
அன்புதனை ஊன்றிடினும்,
அன்றிஅதன் சுடரே என்னை
வன்மையுடன் எதிர்த்தாலும்,
அதன்வண்ணம் உள்ளத்தால்
வகுத்தறிதல் இல்லை யெனினும்,
சின்மை,புகழ், செறிந்தநில
உலகத்தே அதன்ஒளியைச்
சிறிதேனும் உணர்தல் நன்றே.
என்பதனை நான்முழுதும்
நன்றாக அறிந்துள்ளேன்,
இன்னலினை மறந்து வாழ்வேன்.

84. பயனற்ற செயல்களிலே
பாய்ந்திடினும், அவற்றுண்மை

என்மனதில் படிவ தில்லை,
உயர்ந்தமனச் சாட்சியெனும்
ஒளிதோன்றிச் சேராதே
வீண்செயல்கள் ஊட்டும் மகிழ்வில்,
மயங்காதே, நஞ்சுபொதி
இனிமைகொள்ளேல் என்றறையும்
மாற்றத்தை மதியா மக்கள்
தயவின்றித் தண்டனைகள்
பெறற்குரியர், தம்வினையின்
பயனைத்தாம் பெறுவர் அன்றோ.

85. இளங்கன்றைப் போல்துள்ளி
எத்திசையும் திரிந்துவிளை
யாடமனத்துஎண்ணி நின்றேன்;
உளம்குமுற, என்காலைப்
பற்றி, துயர் தரும்பொறிகள்
ஒளித்திட்டாய், வழிகள் தோறும்
களங்கமறக் குயில்கூவிக்
காதல்விதை தெளிக்கின்ற
தளிர்வனங்கள் வளரும் உலகில்,
விளங்காத விதியென்னைத்
தீயவழி நுழைத்ததென
விளம்புவதும் விந்தை யன்றோ,

86. பிரிந்துசிதை அணுக்கொண்டு
மனிதவுரு பிறப்பித்தாய்,
பெருங்காதல் வளர்க்கும் தென்றல்
தரும்இனிய செடி, கொடிகள்,

மரஞ்செறியும் குளிர்சோலை,
வளர்த்துஅதிலே தவழ்ந்து சென்று
பெரும் படையும் நடுநடுங்கும்
படிசெய்யும் பாம்பினையும்
பிறப்பித்து வியப்புச் செய்தாய்,
எரியெனவே கொடுமைபுரி
மாந்தர்செயல் நின்செயலே,
இவர்தமைநீ வெறுத்தல் நன்றோ.

87. மண்ணுருவம் வனைகுயவன்
இல்லத்தே மறுபடியும்
தனியாகச் சென்று நின்றேன்,
கண்கவரும் கலங்கவிடை
யிருந்தரிய ஒலியெழுந்து
வரக்கண்டு கண்ப தித்தேன்.
புண்ணாகி எரிந்தழிந்த
நாவின்தூள் துடிதுடித்துப்
புரளுவது தெரிந்தது ஆங்கே,
எண்ணமதை இழுக்கும்வகை
அதிலிருந்து வந்தமொழி
என்செவியில் நுழைந்த தன்றே.

88. ஒரு பாண்டம் புகன்றமொழி
யிதுவாகும்; பயனின்றிப்
பாருலகில் இருந்து நான்ஓர்
உருவாக்கப் படவில்லை,
என்னால்இவ் வுலகிற்கும்
உபயோகம் உண்டு மெய்யே

சிறுவடிவ மாய்என்னைச்
செய்தவனே சிந்தித்து
மீண்டும்எனை மண்ண கத்தே
மருவிவிடத்துகள் ஆக்கி
அனுப்புவனோ? இவ்வுண்மை
மனிதகுலம் அறியு மோதான்.

89. மற்றுமொரு மண்பாண்டம்
அதற்கெதிராய் மொழிந்ததொரு
மாற்றத்தை மகிழ்ந்து கேளீர்,
சற்றுமனம் சலிப்பின்றி
உல்லாச மாய்வாழக்
குடித்தசுவைக் கோப்பை தன்னை
முற்றுமிவன் முரடன்எனப்
பெயர்பெற்ற வன்கூட
நுறுக்கிவிட முனைய மாட்டான்,
பற்றுடனே செய்தவன்பின்
சினங்கொண்டு பாண்டங்கள்
பாழாக உடைக்க எண்ணான்.

90. இதற்கான விடையொன்றும்
எழவில்லை, சின்னேர
அமைதியது செல்ல, ஆங்கே
ஒதுப்பான இடத்திருந்த
அழகற்ற உருவுடைய
ஒருபாண்டம் உரைத்தது இதுவே,
புதிதாக எனைப்பார்க்கும்
எல்லோரும் நகைக்கின்றார்,

புன்மொழிகள் புகலுகின்றார்
பதியான குயவன்எனைப்
பண்ணுங்கால் அவன்கரங்கள்
நடுநடுங்கிப் பதிந்த தேயோ.

91. உயிர்அற்ற பொருள்களுடன்
அஃதுள்ள பொருள்கள் தமை
ஒப்பிடலாம் குற்ற மில்லை
பயனென்ன? உவமித்தல்
எதற்கென்று? பரிந்துசிலர்
கேட்டிடவும் கூடும் என்றே
சுயமாக யான்எண்ணும்
போதில்ஒரு மண்பாண்டம்
சுடச்சுடவே கேட்டது இதுவே:-
குயவன்யார்? பாண்டம்எவை?
தயைசெய்தே உண்மையினைக்
கூறுங்கள் உணர விங்கே!

92. அச்சமயம் ஒருபாண்டம்
புகன்றமொழி அறியாத
மக்கள்பல அபத்தம் பேசி,
இச்சகத்தில் நரகமெனும்
கரிமனிதன் முகத்தப்பி
இருதயமே நடுங்க வைப்பார்;
நிச்சயமாய்க் கொடியபல
சோதனைகள் நமக்குலகில்
உண்டென்று நிகழ்த்தி நிற்பார்;
உச்சநிலை உறைதலைவன்

மிகநல்லன் எத்தொழிலும்
ஒழுங்காக முடியும் இங்கே

93. இவ்வமயம் மற்றொன்று
கூறியநல் மாற்றமிது:-
மிகநீண்ட காலமாக
கவ்வியதோர் மறதியினால்
காய்ந்துவரும் என்உடலின்
மண்ணதனைக் கவர நிற்போர்
எவ்வகைய முயற்சிகளும்
செய்திடுக, எனைக்கனியின்
இரசத்தால் நிரப்பிவைப்பீர்,
இவ்வழியால் நாளடைவில்
உயிர்பெற்று வாழ்வல்என
என்னெஞ்சில் எண்ணு கின்றேன்

94. பாண்டங்கள் ஒன்றோடொன்று
இவ்வாறு பலபேசும்
போதுஅவைகள் தேடி நின்ற
நீண்டபிறைச் சந்திரனை
ஒருபாண்டம் கண்டவுடன்
உடல்உரசி குலுக்கி அவைகள்
ஆண்டவனாம் குயவன்றன்
முடிச்சவிழ்க்கும் அவ்வோசை
கீச்சென்னும் அண்ணே என்ற
மீண்டவைகள் பேச்சில்லை,
யானுமவை மொழிகள்தமை
மிகநினைந்து திரும்பி வந்தேன்.

95. என்னுடலின் வெண்ணீறும்,
எனக்கின்பம் அளித்த சுவை
மதுபான போகம் தாமும்
விண்ணகத்தில் மறைந்திடுக
விருப்பமுடன் நான்ஒளிந்த
கல்லறையின் பாங்கர் அணுகும்
பன்னரிய அன்புடையார்
தமைமயக்கி அறியாமைப்
படுகுழியில் வீழ்த்த வேண்டாம்!
அன்னவரை அறிவின்வழிச்
செலவிடுவீர்! அவர்உண்மை
பொய்மைகளை அறிந்து கொள்வார்.

96. உலகுதனில் இதுகாறும்
நான்விரும்பி மகிழ்ந்திருந்த
உருவங்கள் எல்லாம் ஐயோ
நிலவுபுகழ் தனைஎனக்கு
மாந்திரிடை நல்காமல்
நிந்தனையே யளித்த தன்றி,
இலகுபெரு மாண்புதனை
ஆழமிலாக் கிண்ணத்தே
இருக்கும்வகை அமுக்கி, என்றன்
நலநிறைந்த கீர்த்தியினை
ஒருபாடல் நவிற்சிக்கே
விற்கும்வகை செய்த தன்றே;

97. பாவங்கள் பொருட்டாகப்
பலகாலும் மனங்குழைவேன்,
உண்மையிது; பாசாங் கல்ல;
மேவினனோ சுயபுத்தி
யுடன் அங்கே யான் அறியேன்,
மீண்டெழுந்த நாளில் இந்தப்
பூவுலகில் பழிபாவம்
புரிவதிலை எனசத்யம்
புகல்கின்ற பொழுது பின்னர்,
தாவியதோர் வசந்தம் மணம்
சூழ்மலர்க ளுடன்வந்து
தவிர்த்ததே என் கவலை தனையே.

98. தன்வயமாய் எனை ஆக்கி
இவ்வுலக கவலையினைத்
தக்கணமே மறக்க வைக்கும்
இன்சுவைசேர் கனிரசத்தால்
என்பெருமை அங்கியினை
இழந்துரிமை மானம் விட்டேன்;
பொன்பெரிய தெனக்கருதிப்
பொருள்குவிக்கும் மதுவணிகர்
எல்லோரும் போட்டியிட்டே
முன்புகுந்து மதுவாங்கிச்
சேர்க்கின்றார்; இதுகண்டால்
மோகமுறா மனிதர் உண்டோ.

99. மணம்வீசி மகிழ்விக்கும்
மல்லிகையி னொடுவசந்த

காலமது மாறி விடுமே;
இனியநலம் பொருந்துபல
செயல்செய்யும் இளம்பருவம்
எழுத்தின் மறைந்து போகும்;
நனைமலர்கொள் செடிவாழ
எங்கிருந்து வந்ததென
நவிலரிய இளங்குயில் தான்
மனம்விரும்பு பண்ணோடு
மறையுமிடம் யார் அறிவார்;
மயக்கம்இதில் ஒன்று மில்லை.

100. கடுங்கோடை தாங்காமல்
கருகியபல் செடிகொடிகள்
கரர்பொழியும் காலந் தன்னில்
விடுந்தளிரோடு எழுந்துவளர்
காட்சியென, வெயில்வாழும்
பாலைவன வழிநடப்போன்
கொடுந்துயர நடையிளைப்பைச்
சிறியதொரு நீரூற்றின்
குறைவான தோற்ற மாங்கே
கெடும்படியே செய்துவிடும்,
நீரூற்றைக் கண்டவுடன்
கிளர்ச்சிமிக எய்தி விடுவான்.

101. உலகம்இது மறுமுறையும்
உண்டாக்கப் உடல்உறுதி
எனநம்ப ஏது உண்டேல்,
தலைவிதியின் சுவடியினை

வரைவோனை, அதைநல்ல
ஏடுதனில் தயவு செய்தே
கலையாமல் எழுதவெனக்
கெஞ்சிடலாம், பின்இந்தக்
காசினியில் நமது பேரை
நிலையாகச் செதுக்கிடவும்
அழித்திடவும் கூடும், இது
நிசம், உறுதி, பொய்யும் அன்றே.

102. படுகின்ற சிறுதுளிகள்
பலகூடிப் பெருவெள்ளம்
ஆகின்ற பான்மை போல,
அடுகின்ற துன்பங்கள்
ஆண்டுகளின் எண்ணேற
மிகஅதிகம் ஆகும்; அதனால்
கொடுமைநுகர் உயிர்ஒன்றைக்
குவலயமாம் கடிதத்தின்
சுருள்விட்டு நீக்கி விடுவீர்,
நடுநின்று வினைசெய்யும்
பெருங்கருணைக்கனிதருவே
நன்மையிது ஒன்றே ஆமே.

103. வாழ்க்கைக்கோர் உறுதுதுணையாய்
வந்தடைந்து மதுரமொழி
வழங்கிசுகம் அளிக்கும் மாதே!
தாழ்க்காமல் சாவென்னும்
விதிப்பாம்பைத் தலைதூக்க
விடாதடித்தல் வல்லேம்ஆயின்

பாழ்க்காமல் நாம்உலகில்
எத்தொழிலும் செய்திறமைப்
பண்புடையோம் ஆகி நிற்போம்;
காழ்க்கொண்ட நெஞ்சினராய்க்
களிப்பென்னும் தண்காவில்
கலந்துவிளை யாடி வாழ்வோம்.

104. காலமதைக் கடக்கவழி
யறியாமல் காற்றில்மணம்
போல்அதனில் கலந்து விட்டோம்.
ஞாலமிதில் இருட்கறையை
நிலவென்னும் சுண்ணாம்பு
நீற்றாலே நன்கு பூசிச்,
சாலமகிழ் தருகின்ற
சந்திரனும் நடுநடுங்கி
மெதுவாகச் சலித்து வந்தான்;
தூலமிலா நமைத்தேடி
வனம்புகுந்தான்; இலைஇலையாய்த்
துருவியுடல் தேய்கின்றானே.

105. அன்புடையார் விருந்துண்ணக்
களித்து சேரும் அழகுபடி
இடத்தில்வளர் பசும்புல் நுனிகள்
கன்மினுக்க நிலவூற்றி,
வெள்ளிக்கால் தரையூன்றி,
மெதுவாக நடக்கும் மதியே!
இன்பமிக வளர்க்குமது
பானத்தை நீயருந்தி,

வெறுங்கிண்ணம் அதனை என்றன்
துன்பமெலாம் ஒழிந்தபுதை
குழிமீது கவிழ்த்துவிடு;
துதிபாடி மகிழுவேனே.

முற்றிற்று.

★★★

9 788168 651111